கருப்பாடு

(கருப்பு ஆடு)

Published By

Karupaadu

Edited By Kavshika

Published by: Poetry World Org.

Publisher's Address: Haryana

Printed under PWO in India

Cover image photography: Frame your Dream Team

Edition : I (2022)

ISBN (Paperback) - 9789392507120

Book Design by POETRY WORLD

POETRY WORLD ORG 2022

கருப்பாடு

(கருப்பு ஆடு)

தொகுப்பாளர்

பா.கவுசிகா (பார்கவி)

பதிப்புரை

உன் மனதிற்கு முழுமனதாக படும் வரை உன் முப்பாட்டன் எப்பேர்ப்பட்ட எத்தனாக இருந்தாலும் சரி அவனை முழுமனதாக நம்பாதே மூடனாகவே மழயப்படுவாய்!

சாதி ஒன்று தான் அது தான் மனிதம்! மனிதத்தில் புனிதம் புலப்படவில்லையெனில் புல்லாய் கூட நீ இப்புவியில் பிறக்க அருகதையற்றவன் ஆவாய்! அதில் எள்ளளவு கூட சந்தேகமில்லை! தவறாய் தெரிந்தால் மன்னிக்க வேண்டாம் முழந்தால் கூடிய சீக்கிரம் சீக்காளி இதயத்துடன் சிகிச்சை பலனின்றி மழிந்துவிடு! பூமிக்கு பாரம் நீ! நஞ்சை விளைவித்து நீ நாடகமாட வேண்டாம்! வீண கதைகள் பேசி பாதகம் விளைவிக்காதே! காலன் கூட உனக்கு சாதகமாக துணை நிற்க மாட்டான்! கவனத்தில் வை!

சாதி ஒரு பீடை நோய் அது உன்னுள் உட்புகுந்தால் உன் எதிர்ப்பு சக்தி குறைந்து உயிர் இருக்கும் போதே ஊனமுற்று அலையப்படுவாய் அது உறுதி. அது ஒரு சாக்கடை வெற்று சாக்குபோக்குக்கூட நெருங்கிவிடாதே பொசுங்கிவிடுவாய்

நாலு எழுத்து படித்துவிட்டால் நீ நல்லவன் ஆகிவிடுவாயா? பூஜ புனஸ்காரம் செய்தால் நீ கடவுள் ஆகிவிடுவாயா? இரண்டும் கிட்டத்தட்ட ஒன்றுதான் அறியாமைக்கு கிடைத்த அரியாசனம்! படிப்பிற்கும் அறிவிற்கும் எவ்வித சம்பந்தமும். இல்லை

பெரியவர்களை மதிக்க வேண்டும் இது புகட்டப்பட்ட பொது அறிவு பெரியவர்கள் தவறு செய்தால் புத்தி புகட்டி புரிய வைக்க வேண்டும் இது பகுத்தறிவு! உரிமைக்கு குரல் கொடுக்க நீ மேல் சாதி, கீழ் சாதி என்ற பாகுபாடு வேண்டியதில்லை. எவராலும் அசைக்க முடியாத தைரியம் ஒன்று வேண்டும். அது போதும் குணத்தால் கீழானவரை சுட்டெரித்துவிடும் சக்தி அதற்கு உண்டு. உரிமைக்குரல் ஓங்கிதான் ஒலிக்கும்.

நீங்கள் ஆத்திகனாகவும் இருக்க வேண்டாம் நாத்திகனாகவும் இருக்க வேண்டாம் மனசாட்சிக்கு பயந்து நடக்கும் நல்ல மனிதனாக இருக்க முயற்சித்தாலே நீங்கள் கடவுளுக்கு சமமானவர்கள் தான் என்னை பொருத்த மட்டில்! சமூகத்தில் காணப்பாடும் கருப்பாடுகளே சாதி, சமத்துவமின்மை, மூப்பால் இது எப்பால், ஆணாதிக்கம், பெண் வன்கொடுமை மேலும்பல. இப்புத்தகம் ஒட்டுமொத்த ஆன்மாக்களின் குமுறல், அவலத்தின் அலறல்.

தொகுப்பாளர்

"பாரதி இல்லையேல் இப்பார்கவி இல்லை" இவர் பெயர் பா.கவுசிகா. இவரின் புனைப்பெயர் பார்கவி. இவர் தூங்கா நகரம் மதுரை மாநகரத்துவாசி. இவர் மதுரை தியாகராசர் கல்லூரியில் வணிகவியல் மூன்றாம் ஆண்டு படிக்கும் மாணவி. இவர் தனது 12 ஆம் அகவையில் ஏதோ ஒருவகை ஆசையில் எழுதத் தொடங்கினார் பின்பு அதுவே அவருக்கு பழக்கமாக மாறியது .வழக்கத்திற்கு வந்தது அனுபவமாகவும் உருமாறியது.

"நன்றிக்கு வித்தாகும் நல்லொழுக்கம் தீயொழுக்கம் இவர் கவிதையில் அதிகம் காணப்படும்". இவர் ஒரு எழுத்தாளர் மட்டுமல்ல ஒரு சொற்பொழிவாளரும் கூட. பள்ளியில் படிக்கும் வயதில் இருந்தே பல்வேறு பேச்சுப் போட்டிகளில் பங்கேற்று சமூக பிரச்சனையை குறித்து விவாதித்து உள்ளார்.

இயற்கையின் மீது அதிக நாட்டம் கொண்டவர். ஆரம்பகாலங்களில் பல்வேறு இன்னல்களை சந்தித்த இவருக்கு எழுதும் ஆர்வம் இன்னும் ஆழமாகவே அதிகரித்தது. இவர் இந்திய கவிஞர் மகாகவி சுப்பிரமணிய பாரதியாரின் எழுத்துக்களின் மீது அதிக நாட்டம் கொண்டவர். அதில் அதிகம் ஈர்க்கப்பட்டவர்.

இப்பொழுதும் அவருடைய ஆசானாக பாரதியையே நினைவு கூறுவார். இவர் மட்டுமல்ல திரையிசைப் பாடல்களின் வள்ளல் நா.முத்துக்குமார் அவர்களின் ஹைக்கூவிற்கு, இவர் பெரிய ரசிகையும் கூட. சமத்துவம் பற்றி அதிகம் பேசி பழக்கப்பட்டவர்.

பெண் உரிமைக்காக குரல் கொடுக்கத் தயங்காதவர். அவரைப் பொறுத்தவரை கவிதை என்பது வார்த்தைகளில் வெளிப்படுத்தப்படக்கூடிய ஒன்றுதான் ஆனால் அது முழு உலகையும் ஆளக்கூடிய மிகப்பெரிய சக்தி கொண்டது. விமர்சனம் அதிகம் எழும்போதுதான் படைப்பாற்றல் தொடங்குகிறது.

இவர் தனது ஓய்வு நேரங்களில் அநேகம் கவிதை, கதை எழுதுவதிலே அதிகநேரம் செலவழிக்க விரும்புவார். இவர் தமிழ் ஆங்கிலம் இரண்டிலும் எழுதும் திறன் படைத்தவர் என்பது குறிப்பிடதக்கது.

இவர் இவ்விரண்டையும் முழுமையாக கரைத்து குடிக்க வில்லை என்றாலும் என்றும் கற்க மறக்கவில்லை.

இருக்கை அற்ற இயற்கை

இருக்கை மீதம் மூன்று இருந்தன.

மூன்றாமவருக்கு மட்டும் இடம் இல்லை

இருக்கைகள் எல்லாம் நல்ல சுத்தம் தான்.

மனதில் மட்டும் அசுத்தம் அவ்வளவு தான்

சாலையோரமாக ஒதுங்கி நின்ற "சிவசக்தி பேருந்து"

சொல்லுக்கும் செயலுக்கும் சொந்தமில்லை

அர்த்தம் தெரியவில்லை போலும்

ரெட்லைட் ஏரியாவில்

முகமூடி அணியாத வியாபாரிகள்

கூனி குறுகி நிற்கும் விபச்சாரிகள்

கப்பலேறிவிட்டது மானமா?

கழுத்தை சுழுக்கிக்கொண்டது தீராக் காமமா?

சந்தி சிரித்தது சில்லறைகளா?

மாய்ந்து மிரண்ட மனிதநேயம் எங்கே?

இச்சையை தீர்த்துக்கொண்டவர் யாரோ? எவரோ?

மொத்த பழியையும் தூக்கி சுமப்பது மட்டும் அவளோ?

நன்றாக இருக்கிறது உங்களது அநியாயம் ததும்பிய

நியாயமும்

ஒருதலைபட்சமான தர்மமும்!

- பா.கவுசிகா (பார்கவி)

உள்ளடக்கம்

நான் கடந்து வரும் வழிகள் (வலிகள்)

நீ யார் என்பதை அறியாமல்
என்னை ஏளனம் செய்வது ஏனோ?

கடவுளை நாடி சென்று கதறி அழுதாலும்
கடவுள் எங்களுக்கு மட்டும் கல்லாகவே இருக்கிறார்!

பார்க்கும் பார்வையிலே எங்களை இழிவு செய்வது
ஏனோ?

படைத்தவன் உதறி போக
பெற்றவர் எங்களை குப்பையாக எண்ணி விசி எறிந்து
போகையில்
வாழும் நரகத்தை காண்கிறோம்!

சமூகமே சற்றே கண்களையும் வாயையும் மூடிக்கொள்
நாங்கள் பெரும் வெற்றிகள் உங்கள் கண்களை
திறக்கட்டும்!

எங்களின் புகழை உங்கள் வாய் பேசட்டும்
உங்களில் ஒருவர் நாங்கள்

அனிஷ். வீ

சாதிப் பிரிவினை வேண்டாம்

சாதி சகதிக்குள் விழுந்தே
சதி மடமைக்குள் புகுந்தாய்
வீதி எல்லைக்குள் வழுக்கியே
விதி போர்வைக்குள் மறைந்தாய்!

வேத மதத்தில் பிரிந்தே
வெறு மையில் தொலைந்தாய்
பேத பாகத்தில் விரிந்தே
பெரு மையில் மூழ்கினாய்!

ஆண் ஆதிக்கம் செய்தே
அடக்கு முறையில் சேர்ந்தாய்
பெண் உரிமை வாங்கியே
பெரும் பகட்டாய் உலவினாய்!

பள்ளி பாடம் தொட்டே - வேலை
வாய்ப்பு தொடரந்தாய் சாதியே! நிலமும் மனமுமாய்
பிரிவினை வேண்டாம் மானிடா!

                                        ம.சுதா கவி

மறந்தேனடா மனிதா

ஆணவ பாதையை தேடும் மனிதா

உன் அன்பு பாதயை மறந்ததேனடா!

சாதி என்னும் சாக்கடையில் மூழ்கி

சாதனை ஏணியில் ஏற மறந்ததேனடா!

இறக்க குணத்தை இழந்து நிற்கும் உமக்கு

இறைவன் அருளை பெறதுடிப்பதேனடா!

சமய நெறியில் அமர்ந்து கொண்டு

சமத்துவ சிம்மாசனத்தை மறந்ததேனடா!

மாதுவிற்கு மயங்கி மதி கெட்டு நிற்கும்

உம் மனதினில் மனிதநேயத்தை மறந்ததேனடா!

ஏழை பணக்காரணாக பாகுபாடு பார்க்கும்

அனைவரும் கடைசியில் எலும்பு கூடாக

தேய்வோம் என்பதை மறந்ததேனடா!

உயிர்களை பறிக்க நினைக்கும் உமக்கும் ஒரு நாள்

உயிர் பறிபோகும் என்பதை மறந்ததேனடா மனிதா!

உ. கார்த்திகேயன்

ஒற்றுமை சாயம்

கைகள் காய்த்து உழைத்தும் கரப்பானை போல்

அருவருத்து ஒதுக்கி,காய்ந்து காய்ந்து

ஓர் உயிர் சருகாகி போகிறது!

ஊரையே சுத்தமாக்கி, தன் உடலை பிழிந்து எடுத்த

சுத்ததில் நித்தமும் ஓர் உயிர் நோவில் வீழ்கிறது!

குல தாழ்ச்சி பேசி குருதி குடித்து,

வீழ்த்தி எறிந்து இன்னமும்

ஓர் குடிசை சாம்பலாகி போகிறது!

சேரிகளில் மட்டும் எப்போதும்

பிணம் தான் கனக்கிறது!

ஒரு பக்கம் எப்போதும் நெய் மணக்க, மறுபக்கம்

மட்டும் எப்போதும்பிணவாடையே வீசுகிறது!

உரக்க சொல்லுங்கள்

இந்தியா சாதி, மத பேதமற்ற நாடென்று!

மாளவிகா இராசேந்திரன்

சமத்துவம் பழகு

படைப்பால் பிறவா சாதியால்

உழைப்பால் உயரா மனிதரின்

பிரிப்பால் பிறந்த வினையாவும்

நினைப்பால் பொய் யென்று அறிக

அன்பால் அவனியும் ஒளிர்க

நட்பால் பகைமையும் ஒழிக   மூடர்

பகுப்பால் முளைத்த பிரிவினை தன்னை

மேலோர் பகுத்தறிவால் உடைத்தெறிக

வள்ளுவர் சொன்ன

வழியினில்

நடப்போம் நல்ல நெறியினில்

சாதிக்கு ஒரு மறையவில்லை நமை

சாதிக்க சொல்லும் மறை

பகுத்து ண்டு வாழ சொல்லும்

பன்னோக்கு நல் வழிமுறை என்றே

நினைப்பால் சமத்துவம் பேணுவோம்

                                        கா லெனின்

தவறேது எனது தாய்மையிலே

பெற்றெடுக்கும் பாக்கியமில்லை - எனை
பெற்றெடுத்தவர்களும் பக்கமுமில்லை

பார்க்கும் கண்களுக்கு நான் பகையாளியானேனோ?
பாசப்பிணைப்பெல்லாம் புதையா ஜீவனானேனோ?

அர்த்தநாரீஸ்வரரை அம்சமாக்கி
அழகு பார்ப்போர் கண்களுக்கும் அலங்கோலமாகி
காட்சிப்பிழையானேனோ
விதிவசத்தாலே வீதி வந்தேன்

மாற்றங்களை உணர்ந்தேன் மறுப்பின்றி
இவையெல்லாம் தவறாகி போனதோ
என் தாயவளும் - எனை தனிமையில் தூக்கியெறிய
மாறிப்போனேன் எனக்கு நானே தாயாக

பா.மாரிமுத்து

மாறுவோம், மாற்றுவோம்

காலங்கள் கடந்து செல்வதால் மட்டுமே,
மாற்றம் எதுவும் நிகழாது.
கைக்கோர்த்துக் கொண்டு எழ வேண்டும்
ஆணும்,பெண்ணும், தமிழனும், கேரளனும்,
கிறித்துவனும் நாங்கள் அனைவரும் சமம் என்று...

மாற்று மத திருமணத்தை வரவேற்க
வேண்டும் இல்லையெனில்,
நாமே அதனை உருவாக்க வேண்டும்...

ஆண்கள் அனுபவிக்கும் துயரத்தை பெண்களும்,
பெண்கள் அனுபவிக்கும் துயரத்தை ஆண்களும்
அனுபவித்தால் போதும் அதற்கு பின் எப்படி
தோன்றுமடா வேறுபாடு

காவியதர்ஷினி.க

அழ மேல் அழ

சாதிக்கு என் சாட்டையடி!
மதத்துக்கு என் மரணபிடி!
சமயத்தை தகர்த்து எறி!

ஆனோ பெண்ணோ இரண்டும்
கலந்த நங்கையோ?? எதுவாயினும்
ஒற்றுமை ஒன்றே கடைமையாய் பிடி!

எல்லாம் உயிரே! யாவரும் மனிதமே!
இதில் வேற்று வடிவம் மனிதத்துள் இல்லை!

எக்காலம் கடப்பினும்
மனிதம் மாறாது தமிழினமே!!
எல்லா உயிரையும் தன் உயிராய்
மதித்து வாழ்வோம்
மனிதராய் வாழ்வோம்!

ஜெயப்பிரியா.லெ

இயற்கையின் சமநீதி

பேருந்தின் இருக்கைகள் பார்ப்பதில்லை

சாதியையும் மதத்தையும் அனைவரையும்

சமத்துவமாய் சுமக்கிறது

எல்லா சாதிக்காரர்களையும்..

கதிரவனின் கதிரொளி சாதிபார்த்து

சுடுவதில்லை

நிலவின் ஒளியும் மதம் பார்த்து

நிழலாடவில்லை

கோவிலுக்கும் மசூதிக்கும் சர்ச்சுகளுக்கும்

தனித்தனியே உதிப்பதில்லை

பகலவனும் நிலவனுமே...

வீசும் காற்று சாதி பார்த்து

வீசுவதில்லை

பொழியும் மழை மதம் பார்த்து

பொழிவதில்லை...

இயற்கையே சொல்கிறது

அனைவரும் சமமென்று

கவிஞர் பொறியாளன் ராம்

தீண்டாமை தீ

மேல்சாதி மக்களின் மூளையென்ன

மூனுகிலோ இருக்குமா?

கீழ்சாதி மக்களின் உழைப்பை

சுரண்டி எடுக்குமாம்

ஆதிக்க வர்க்கத்தில் பிறந்தோம்மென்று

ஆடாதே கண்ணா...

கீழ்க்குடிசையில் ஒருவேளை

நீ பிறந்திருந்தால்....

நீ நடத்தியவை தான்

உனக்கு நடக்கும்

தப்பித்தவறி பிறந்துவிட்டாய்

நீ பிழைத்துக்கொண்டாய்

கீழிருக்கும்படி இருப்பவரிடம்

தீண்டாமை தீயால் கொல்லாதே

ம.ராகவைத்தமாநிதி

நட்ட நாத்து புத்தி கூறும்
25

நடப்பட்ட நாத்து உயர்சாதி கீழ்சாதி
பார்த்து பயிர்கள் தருவது இல்லையே!
ஆறறிவு பெற்றாலும் ஒரறிவு நாத்துக்கும்
கீழ்புத்தி பெற்றுள்ளோம் நாம்!
(பலவிகற்ப இன்னிசை வெண்பா)

முனீஸ்வரன். ரா

கண்களைத் திறவுங்கள்!

சாதி எனும் பூச்சால் பூசி மூடி இருக்கும் கண்களைத்
திறவுங்கள்!
பகுத்தறிவு என்னும் திறவுகோலால் கண்களைத்
திறவுங்கள்!

பாவேந்தரின் பொதுவுடமை சிந்தையால் பார்வைக்கு
சக்தி அளியுங்கள்!
பாமர மக்களின் பார்வைக்கு சக்தி அளியுங்கள்!

சகோதரத்துவம் சமத்துவம் போற்றி பகுத்தறிவுச்
சுடரேற்றுங்கள்!
சுதந்திரம் பொதுவானது என பேசி பகுத்தறிவுச்
சுடரேற்றுங்கள்!

வாழ்க்கையை வசமாக்குங்கள்!
கண்களைத் திறந்து பார்வைக்கு சக்தி அளியுங்கள்!
பகுத்தறிவுச் சுடரேற்றி
வாழ்க்கையை வசமாக்குங்கள்!

தூரிகா (மீ.அனு)

கருவேளமரம்

வேற்றுமைக் கருதாதீர்

சொற்களை வேள்விகளில் வீசாதீர்

பெண்ணின் உரிமைகளைக் கோறுவதால்,

நாங்கள் பெண்ணியவாதியும் இல்லை!!

சமத்துவம், சம உரிமையை பேசுவதால் நாங்கள்

தேசியவாதியும் இல்லை!!

எவரும் எவருக்கும் இளைத்தவர்கள் இல்லை!!!

வெறுக்காதே உன் மூடத்தனத்தினால்;

மறுக்காதே உன் சாதி வெறியினால்;

ஒதுக்காதே உன் நிறப்பண்பினால்;

நீ வேற்றுமையைக் கைப்பற்றினால்

உன் ஒற்றுமையை இழப்பாய்

மதி மயங்கி மிதக்காதே!

உன் செவிமடுத்து நற்பண்பை பண்படுத்து;

சமத்துவம் பழகு; சாதியை உடைத்தெறி

கவிஞர் ஏ. செல்வமணி

தீண்டாமை

சாதி மதம் ஏழை பணக்காரன்
என்று மதிகெட்டு திரிந்தவன்!

தீண்டாமை ஒழிப்போம்!
என்று மேடையில் முழங்கிவிட்டு!

கீழ்சாதி மனிதரை
தொட்டு பேசியதால்
வீட்டை அடைந்து
பலமுறை குளித்தவன்!

அடிபட்டு மருத்துவமனையில்!
உயிர் பிழைத்தான்!
ஏழையின் ரத்த தானத்தில்!
வேற்று மதத்தவன் சிகிச்சையில்

Rohini Arumugam

பகுத்தறிவு - பாகுபாடில்லா சமூகத்தின் சாவி!

சாதி என்ன? சமயம் என்ன?

ஆண் என்ன? பெண் என்ன?

இப்பாகுபாட்டை உருவாக்கியவன் மனிதன்!

இவற்றை தவிர்த்தவன் புனிதன்!!

அழகிய குடும்பத்தை வழிநடத்துபவன் ஆண்!

அதை உடையாமல் கட்டிக்காப்பவள் பெண்!!

இரண்டுமே அழகிய கலை!

அவற்றை கற்றுக்கொள்ள கடினமாக உழை!!

இறைவனுக்கு பாகுபாடு உண்டா??

இறைவன் ஒருவர் தான்!

அவரை அடையாளம் காட்டுவது அன்பு தான்!!

பகுத்தறிவை அவரே மனிதனுக்கு கொடுத்தார்!

எனவே அப்பகுத்தறிவை நன்றாக பயன்படுத்துவோம்!

மனிதத்தில் சாதிசமய கருப்பாடுகளை ஒழித்து

மேம்படுவோம்!!

வி.அபிஷா

சமமே அறம்

மனிதத்தை" காட்டிலும் ஒர் மதம்
உண்டெனில் சொல்லுங்கள்.
இப்பொழுதே இணைந்து விடுகிறேன்!
"சமத்துவத்தை"விட சிறந்த சாதி இருக்குமெனில்.
இக்கணமே சேர்ந்துவிடுகிறேன்!

பெண்மையை 'தாழ்த்துவது' தான்
உங்கள் ஆண்மையா?
குவளைத் தேனீர் உடன் அமர்ந்து குடித்தால் 'நஞ்சு'
ஆகிவிடுமா என்ன?
தங்களின் 'கவுரவம்'
"மயிரிழை" போன்றது.
நிச்சயம் ஓர்நாள் உதிரும்.
சமமே அறம் என்பதை
இச்சமூகம் உணரும்.

யாமினி

எங்கனம் பிளவு

வரையப்பட்ட வட்டத்திற்கு
எங்கனம் நேர்கூற்றை காண்பது?
அவனாகினும் இவளாகினும்
பிறப்பால் உரிமம் பெற்று
குறை கண்டு என்செய்யின்?

வரையறுக்கப்படாத மேகத்திற்கும்
பாதையறியாத தென்றலிற்கும்
வேற்றுமை அறியுமா?

சுதந்திரம் வகித்தும்
சீர்குலைய செய்யும் கருப்பாடுகள்!

சீறும் செருக்கின் பிறப்பிடம்
காசோலையின் எண்ணிகையோ?
எக்காளத்தின் விளைவு
ஓங்காரத்தின் சத்தம்!

மடிந்த நன்மக்கள் எத்துனையோ?

கவியின் காதலி (ப.ஹரிணி)

சமம் ஒன்றே சமன்பாடு!

பிரிவு எதற்கு?
பேதைமை எதற்கு?
சகஉயிரை இழிவூட்டும் கோஷங்கள் எதற்கு?

நீருக்கு நிறம் உண்டா?
பாயும் குருதிதனில்
பாகுபாடு உண்டா?
வளமதை கொடையளித்து
படைத்தவன் பதவிவகிக்க
மானுடத்தை மலராய்தாங்கும்
மண்ணுக்கு ஏன் மன்றாடல்?

சாதியே முக்கியமெனில்
சாம்பலாகட்டும் கோட்பாடு!
சமத்துவத்தை பழகிட
சமம் ஒன்றே சமன்பாடு!

மாயாதி

சமத்துவம்

சாதி என்னும் சகதிக்குள் சிக்கித்தவிக்கும் மனிதா...

அதைத்துடைத்தெறிந்து வெளியே வா...

மதம் என்னும் மாயனிடம் பகுத்தறிவுப்போரிட்டு

மனித குலம் மீட்டு

மானுடம் காப்போம்

மானுட உலகில் மனிதரெல்லாம் சமம் என கதைப்

படிப்போம்

மனித உலகில் பொருளியல் சமத்துவம் ஏற்படாமல்

பொதுவுடமைச் சமுதாயம் உருவாகாது

எங்கெல்லாம் சமூகநீதி குரல்வளை ஒடுக்கப்படுகிறதோ

எங்கெல்லாம் சமத்துவக் குரல்வளை நசுக்கப்படுகிறதோ

அங்கெல்லாம் சமநீதி படைப்போம்

சாதி, மதவாதம் தகர்ந்து சமத்துவ பொன்னுலகம்

மலரபுதியதோர் பொதுவுடைமை புரட்சி செய்வோம்

தோழமையுடன் அசுரன்

பசியின் கொடுமையில்

தனது சாதி என்று எந்த
ஓர் முதலாளியும் கூலி
உயர்த்தி கொடுப்பதில்லை!

உயர் சாதி என்று எந்த
ஓர் மனிதனும் உணவு
உண்ணாமல் இருப்பதில்லை!

இந்த உலகில் எல்லாருக்கும்
ஒரே எதிரி தான்
அது பசி மட்டுமே!

பசி இல்லா சமுகம்
என்று உருவாகுதோ
அன்றே நம் நாடு
சிறந்த நாடாகும்!

மடிவது மதமாக இருக்கட்டும்
சாவது சாதியாக இருக்கட்டும்
வாழ்வது மானிடமாக இருக்கட்டும்!

கவித்தென்றல் கவியானனந்தம் *BCA*

சாதி

தனிமனித சுதந்திரம், தலைவிதி தத்துவம்
தனக்கே உரிய பகட்டு ஆணவம்,
சாதியின் அறியாமை அறையில் அற்பர்களாகி
போய்விட்டீர்கள்.

இன்னும் எத்தனை தலைமுறையிடம் விதைக்க
போகிறீர்கள்? உங்கள் சாதி விதையை?

சாதி என்னும் மாய வலையை அவிழ்த்து எறியவே,
எத்தனையோ உயிர்ப்பு இழைகள் இன்றும் போராடி
கொண்டிருப்பதை கவனிக்காமல்,

இளைய தலைமுறையும் இணைந்து சாதியுடன்
கொடிகம்பம் ஏந்தி நிற்கிறீர்கள்!
உங்கள் மத்தியில் நான் கூறும் ஒற்றை வரி,

உனது சாதி திமிர், குரல்,
கோஷங்கள் அனைத்தும்,
நீ அருந்திய உன் தாயின்
முளைப்பாலை விஷமாக்குவதற்கு சமம்!
உணர்வாய் என்று நம்புகிறேன்

இனியவள்ஆனந்தி

நட்புக்கு சாதியில்லை

சாதியென்று பெயரை சொல்லி
வளர்க்கும் பலர்.
சாதி என்பது ஒன்று தான்
அது மனித சாதி மட்டும்
என்று தான் பிள்ளைகளுக்கு சொல்லும் சிலர்.

ஆனால், பிள்ளைகளோ சாதி வெறிப்பிடித்து
அலையாமல் நட்பு என்னும் பாதை நோக்கி
எம்மதமும் நட்புக்கு சம்மதம் என்று வளரும்
பிள்ளைகள்.

ஆகையால் பிள்ளைகளுக்கே தெரிகிறது
நண்பர்களாக ஒன்றாக இருந்தால் சதோஷத்தை
தருமென்று...
ஆனால், ஏனோ அப்பிள்ளைகளை
வளர்த்த தந்தைக்கு தெரியாமல் போகிறது.

கா காமேஷ்வரன்

அவனனாவள்

பின்னிய நூல்சேலையும்

பூச்சூடிய பின்னல்கூந்தலும்

கிலுங்கிய முத்துகொலுசும்

சத்தமிட்ட கைவளையல்களும்

பொட்டு வைத்த முகம்தனில்

மஞ்சளும் தற் செழிப்பை காட்ட

மங்களகரமாக கண்முன்னை நின்றாள் பெண்ணொருத்தி

வியக்கிறேன்

அவளது தைரியத்தில்

சிலிர்க்கிறேன்

திமிர்கலந்த அவள் பார்வையில்

உருகுகிறேன்

உயிரூட்டும் அவள் உணர்வுகளில்

ஆணும் பெண்ணுமாய்

இறைவனின் வரமாய்

உள்ளுக்குள்ளே வலியும்

உதட்டில் புன்னகையுடனும் அவள்

திருநாமம் சூடிய மங்கை அவள்.

அருள்மொழி காதல் "ஹரம்"

எல்லைப் பிரச்சனை

வல்லற் பிரான் உரைத்து வைத்த
உயிரிரக்க ஒருமைப்பாட்டை
ஏனோ உறிஞ்சி விட்டேன்!

துகிலறுக்க எடுத்துச்செல்லும் கோழிகளின்
கதறலொலி காதைவிட்டு அகலவில்லை!

ஆடு, மாடு, பன்றியென யாவும் படுமிடர்
எண்ணுகையில் தூக்கம் என்னை அணுகவில்லை.

அதோ அங்கே ஒரு நல்லவர்
"சமத்துவத்தீ" பாய்ச்சுகிறார்! - இல்லை தீயர்
மதிய உணவு "தலைப்பாக்கட்டு பிரியாணி"
சமத்துவத்திலும் எல்லைப் பிரச்சனை!

அ. முகிலன்

வேறுபாடற்ற பாரதம் வேண்டும்!

படைத்தலில் இல்லாத பாகுபாட்டினை

ஏன் பிஞ்சுகளில் புகுத்தி

வருத்துகிறாய் மனிதா?

உன் சுயலாபத்திற்காக

இல்லாத வேறுபாட்டினை

இருப்பதாகக் கூறி பிரிவினை

விதைக்கும் உன் வன்செயல்கள் வதைத்தலைக்

காட்டிலும்

கொடும் தண்டனை அளித்து

அழித்திடும் உன்னை!

இந்தியனென தமிழனென

ஒன்றிணைந்து பார்! – அனைத்திலும்

பார் போற்றும் பாரதமாய் "நம் பாரதம்"

எப்போதும் தலை நிமிர்ந்து மிளிரும்!

"நம் இந்தியா" இன்னும் வளர்ச்சி பெற்று

இன்பமயமாகும்!

ச. த. ரேணுகா

விதைக்கப்பட்ட வீரமங்கைகள்

வீட்டிற்குள் முடங்கிய காலங்கள் சென்று,
விண்வெளியைத் தொட்ட வீரமங்கைகளும் இன்றுண்டு.
சமையல் அறையினைத் தாண்டா பெண்களும்,
சட்டத்துறையினில் தனியிடம் படைத்ததும் உண்டு.
அடிமையாய் வாழ்ந்த காலங்கள் போச்சி,
ஆளுமை விதைகள் முளைக்க தொடங்கியாச்சி.
அடக்குமுறை போலி நம்பிக்கைகள் எல்லாம்,
ஒடுங்கிதான் போகும் வரும் நாட்களில்.
உடலளவில் வலுவானவர்கள் ஆண்கள் – எனினும்
உள்ளத்தளவில் பலமடங்கு வலுவானவர்கள்
எம்மாதர்கள்.

குற்றங்கள் இருவரிடத்தில் இருப்பினும் – முதலில்
குற்றவாளியாய் கூறப்படுவது பெண் இனத்தினையே!
பெண் பிள்ளைகள் வளர்ப்பினில்
விதிமுறைகள் பல இருப்பின்,
ஆண்பிள்ளைகளுக்கு ஏன் இல்லை?
பெண்களின் ஆடைகளை அணிவதில்
ஏன் இந்த ஏளனம்?
பாரினில் அவளும் ஆணுக்கு
இணையான ஓர் இனம்...

உயிர்த்தெழு நதியா

ஆறடி அதற்குள் என்ன அழுக்கு?

பிறக்கும் பொழுது
மருத்துவமனை என்ற
பொதுவான இடத்தில்
பிறக்கிறோம்

ஆனால் ஏனோ
சுடுகாட்டில்
தன் சாதி க்கென
ஒதுக்கப்பட்ட இடத்தில்
புதைத்தால் தான் உடல் மக்குமாம்
இதை கூப்பாடு போட்டு கேட்டால்
எல்லாம் படித்த திமிர் என்று ஒரு மூடர் கூட்டம்
காட்டுமிராண்டித்தனமாக கத்துமாம்
அறிவிலிகள் யாரோ
ஆண்டவா அரைவேக்காடுக்கு புத்தி வரட்டும்.

Kavi

சாதி சமயம்

சாதி சமயம் பார்த்தால் இவ்வுலகில் பிறப்பது கடினம்-
ஏனென்றால்
உன்தாயின் கருவில் உயிரைக் காப்பாற்றிய மருத்துவர்
என்ன சாதி சமயமோ!
நல்லறிவு புகுட்டுகின்ற ஆசிரியர் என்ன சாதி
சமயமோ!
கடவுளின் சாதி பார் கின்றனர் மனிதன் _ ஆனால்
கடவுள் கருணைக் கொடுக்கும் பொழுது சாதி
பார்ப்பதில்லை!
வாழும் பொது சாதி பெரிதடா
இறக்கும் பொழுது கல்லறை தான்னடா!
சாதி சமயம் நீக்கடா- அனைவரும்
ஒன்றென நினைத்து வாழடா!

லெ. வெண்ணிலா

பகுத்தறிவோடு வாழ்டா மனிதா!

சாதிதான் உந்தன் அடையாளம்எனில்
உந்தன் குலதெய்வம் யாரென்று சொல்கிறேன்
கேளாடா மனிதா
நம் அனைவரின் முன்னோரும் ஒருவனே ஆவான்!
அவன் குரங்கே ஆவான்!
ஆதலால் உந்தன் குலதெய்வத்தின் பெயர் சிம்பன்சி
குரங்கு!

குடும்பகௌரவம் நம்நடத்தையில் உள்ளதென்பதை
உணராமல்
சாதியில் உள்ளதென்று நீ பிதற்றினால் பிறவியிலேயே
மூளை பழுதடைந்து போனதடா உனக்கு!
சாதிசமயமெல்லாம் சாக்கடைக்கு தான்
சான்றோரான உனக்கு எதற்கடா?

சுதா.பெ

வெளிச்சம் நோக்கி

வறுமையில் தவித்த ஒரு குழந்தையின் கதறல்
வெறும் தாள்களில் எழுதப்பட்ட வார்தைகளை
நம்பி வெறுப்புற்று வாழும் மனித மானுடமே!
ஆகாயத்தில் ஆண்டவனை தேடி அலையும்
அற்ப பிறவி மனித உயிரினமே!
அண்டத்தில் உதவிக்கரம் நீட்டு உயிர்களை
உன்னதமாக நினையுங்கள்...!
ஜாதி பார்க்கும் சுகவாசிகளே
உங்கள் ஜாதியிலும் தாழ்த்தப்பட்ட
உயிரினங்கள் தவித்து கொண்டு தான் இருக்கிறது
அவர்களை சற்று சிந்தித்து உதவுங்கள்...!
வெறும் ஜாதி உப்பில்லா பண்டம் தான்
உதவாத சாக்கடைக்கு தான் சமம்...!
ஜாதியை சாணக்கியனே வந்தாலும் மாற்ற முடியாது
ஆனால் வறுமையில்லா சமுகம் படைக்கலாம்...!
சட்டம் என்ற இருட்டறையில்
சற்று வெளிச்சம் தேடுங்கள்...!
நாளைய சமுதாயம் நமதாகட்டும்....!

பா.கவிராஜ்

சாதி(தீ)யை_அணைப்போம்

வீதிக்கொரு சாதி சாதிக்கொரு சங்கம் என நீயும்
நானும் அதனினொரு விதி"விளக்காக" தலைக்கீழ்
எரிந்திட மாட்டோம்..

உனக்குள்ளும் எனக்குள்ளும் துளிர் விட்டு எரிந்திடும்
"தீ"சாதித்தீயா என யார் அறிவோம்..

கொள்ளி வைக்கும் நேரத்திலும் தள்ளி
வைத்தோம்..அலைந்திடும் வேளையில் திரிந்துடும்
காற்றினில் காண முடிந்ததா நம் சாதி..

இ.யுவராஜ்

சாதி சமயம் பார்க்காமல் பகுத்தறிவோடு வாழவேண்டும்

சாதி, மதம் என பிரித்து பார்க்காமல் பழகிய பருவம்
குழந்தைப்பருவம்!
சில மனித மிருகங்கள் சாதி பெயரை வைத்துகொண்டு
நாட்டை அசுத்தம் செய்கிறார்கள்!
அசுத்தத்தை சுத்தம் செய்ய இங்கு பலர்
போராடுகிறார்கள்!
இருந்தும் இன்று வரை இவற்றிற்கு தீர்வு
கிடைக்கவில்லை!
சாதியை ஒழிக்க வல்லமை கொண்ட ஆயுதம் கல்வி!
சாதியை ஒழிக்க மற்றொரு ஆயுதம் கலப்பு திருமணம்!
தன் குழந்தைகளுக்கு அரளிவிதையை ஊட்டுவதற்கு
சமம்! பெற்றோர்கள் பிள்ளைகளுக்கு சாதியை
புகுட்டுவது!
நம் நாட்டின் சாபகேடு! சாதனை தலைவர்களையும் சாதி
தலைவராக பார்க்கும் சில மனித மிருகங்கள் வாழ்வது!
பிள்ளைகளுக்கு சாதியை புகுட்டும் ஒவ்வொரு
பெற்றோர்களும் நம் நாட்டின் தேச துரோகிகள்!
அம்மாவின் மார்பில் வடிந்த தாய்ப்பாலை முறையாக
அருந்தியவர்கள் சாதியை பார்ப்பதில்லை!
சாதியை பார்ப்பவர்கள்! அவர்களது அன்னையின்
மார்பில் இருந்து சாக்கடையை அருந்தியவர்கள்!

பா.நிரோஷ்

47

www.ingramcontent.com/pod-product-compliance
Lightning Source LLC
Chambersburg PA
CBHW031002180726
47993CB00018B/1531